வெளிச்சத்தின் வாசனை

வெளிச்சத்தின் வாசனை

பா. தேவேந்திர பூபதி

வணிகவியலில் இளம்முனைவர் பட்டமும் நிர்வாகவியலில் முதுகலைப் பட்டமும் பெற்ற பா.தேவேந்திர பூபதி, பழனியைச் சொந்த ஊராகக் கொண்டவர். ஓய்வு பெற்ற பஞ்சாயத்து ஒன்றிய ஆணையரான அ. பாஸ்கர சேதுபதிக்கும் தங்கத்துக்கும் முதலாவதாகப் பிறந்த தேவேந்திர பூபதி, சிறுவயதிலேயே யாப்பில் தளை தட்டாமல் மரபுக்கவிதை எழுதும் பயிற்சி பெற்றவர்; அதற்காகப் 'பொற்கிழி' பரிசும் பெற்றவர். தொடர்ந்து சங்க இலக்கியத்தையும், தத்துவங்களையும் ஆர்வமாகப் பயின்று அதன் வழியே நவீன கவிதைத் தளத்திற்குள் வந்திருக்கும் இவர், 'கடவு' இலக்கிய அமைப்பினை நிறுவிச் செயல்பட்டு வருகிறார். சிற்றிதழ்களில் பரவலாகக் கவிதைகள் எழுதிவரும் இவரது முதல்தொகுப்பு 'பெயற்சொல்.'

மனைவி: கீதா, மகன்: விஜயேந்திர பூபதி

மின்னஞ்சல்: kousick2002@yahoo.com

பா. தேவேந்திர பூபதி

வெளிச்சத்தின் வாசனை

காலச்சுவடு பதிப்பகம்

வெளிச்சத்தின் வாசனை ♦ கவிதைகள் ♦ ஆசிரியர்: பா. தேவேந்திர பூபதி ♦ © பா. தேவேந்திர பூபதி ♦ முதல் பதிப்பு: டிசம்பர் 2005, திருத்திய மறு பதிப்பு: மார்ச் 2007, மூன்றாம் பதிப்பு: ஜூலை 2014 ♦ வெளியீடு: காலச்சுவடு பப்ளிகேஷன்ஸ் (பி) லிட்., 669 கே. பி. சாலை, நாகர்கோவில் 629001

veLiccattin vaacanai ♦ Poems ♦ Ba. Devendhira Poopathy ♦ © B. Devendhira Poopathy ♦ Language: Tamil ♦ First Edition: December 2005, Reprinted with corrections: March 2007, Third Edition: July 2014 ♦ Size: Demy 1 x 8 ♦ Paper: 18.6 NS maplitho ♦ Pages: 72

Published by Kalachuvadu Publications Pvt. Ltd., 669 K.P. Road, Nagercoil 629001, India ♦ Phone: 91-4652-278525 ♦ e-mail: publications @kalachuvadu.com ♦ Printed at Compuprint Premier Design House, Chennai 600086

ISBN: 978-81-89359-22-3

07/2014/S.No.196, kcp. 1115, 18.6 (3) KLL

அரிய நாச்சிக்கும் அழகு சுந்தரத்திற்கும்

நன்றி

*யாதுமாகி, புதிய காற்று, புதிய விசை, வனம், தீராநதி,
மீள் சிறகு, புது எழுத்து, சிலேட், வெளி.காம்,
திண்ணை.காம், உன்னதம், பதிவுகள்.காம்,*
கவிஞர் ஆனந்த், கவிஞர் குவளைக் கண்ணன்,
ரமேஷ் பிரேம்

பொருளடக்கம்

கிழிந்து பறக்கும் நாட்காட்டியின் பக்கங்கள்   13
கயிற்றுக்குத் தப்பிய நாய்கள்   14
யதார்த்தம் பரிசளித்த விருந்தாளி   15
மண்புழுக்கள்   16
தானாகிய அது   17
மீண்டும் மறந்துபோன உன் பெயர்   18
பச்சையாயிருக்கும் சிவப்பு   19
சிதறிய பிம்பம்   20
தொலைந்துபோன அறுபட்ட குரல்   21
அந்த உப்பில் தோன்றிய இரவு   22
கரும்பனையும் ஆலமரமும்   23
நேற்றைய விடியலின் இரவு   24
அலைவுறும் கால்கள்   25

புகைப்படம் பற்றிய மூன்று கவிதைகள்	
'அ'	26
'ஆ'	28
'இ'	29
அலுத்துக்கொள்ளும் வெளி	30
எழுதப்படாத ஒரு கவிதை	31
மிச்சம்	32
பயன்பாடு	33
பனிச்சிறகு	34
குளிர்காலப்பொழுது	35
வேட்டையின் காடு	36
வெளிச்சத்தின் வாசனை	37
சதுரங்கம்	38
புகை வளைந்த வரைபடம்	39
ததாகதன் கடந்துபோன நிலம்	40
சூதாட்டம்	42
பறவைகள் தீண்டாத காகித விதைகள்	43
தவளைகள்	44
பிரிக்க முடியாத தனிமை	45
கம்பீரமான வீடு	46
மரப்பாலம்	47
அழைப்பின் விளையாட்டு	48
அதிகாலை உறக்கம்	50
தனிமையின் வீதி	51

காட்டில் அலையும் குரல்	52
பழைய ஏற்பாடு	53
மகர நோன்புப் புலி	54
தாகம்	55
பாசியின் வலிமை	56
ஒட்டுமொத்தக் கனவு	57
விண்மீன்களை உலர்த்துபவன்	58
இராஜ விசுவாசம்	59
அடையாளம்	60
நிகழும் எதிர்பார்ப்பு	61
தேநீர்க் கறைகள்	62
உப்புப் பதுமை	63
புகார் நகர வீதி	64
மண்ணுலகு	66
ஸ்பரிசத்தின் புனைவு	68
பூமியின் பெருமூச்சு	69
ஈரிலைத் தாவரங்கள்	70
யாத்ரீகவனம்	71

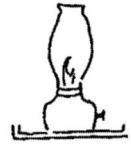

கிழிந்து பறக்கும் நாட்காட்டியின் பக்கங்கள்

விழியின் வீச்சுக்குள்
சிக்காமலே நகர்ந்துகொண்டிருக்கின்றன
சில பிம்பங்கள்

கடிதங்களுக்கான காத்திருப்பு
இருந்து கொண்டேயிருக்கிறது
ஒவ்வொரு விடியலிலும்
இதுவரை
எழுதப்படாத கவிதைபோல்

யதார்த்தம் நிச்சயிக்கப்படாத
பொழுதுகளில்
பருவமாற்றத்தைப் புகுத்தி
உரிக்கப்படுகிறது தோல் சட்டைகள்
இருள் மண்டிக் கிடக்கும் எல்லாப் புதரிலும்
உற்று நோக்கிக் கொண்டிருக்கிறார்
யாரோ ஒருவர்

வசீகரிக்கப்படாமலேயே
கடந்து போகின்றது இரவும் பகலும்
சொட்டுச் சொட்டாய் விழுகின்ற நீரில்
கரைந்துகொண்டிருக்கிறதென் சுயம்

உயரே தெரிவது
கால் கடுக்க ஏறிய பின்னும்
முடி காண முடியாதபடி
நிஜங்களுக்கப்பாலும் இருக்கக்கூடும்

விழியை விலக்கி
நிகழ்வுகளை மென்று தின்னும்
பறவையின் சிறகு மறைத்து
பறக்கச் சித்தமாகும் வாழ்வு

❋

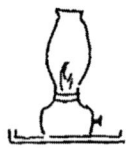

கயிற்றுக்குத் தப்பிய நாய்கள்

சாலையில் விரையும் வாகனத்தினுள்
ஆழ்ந்து உறங்கியிருந்தேன்
கனவில் புத்தர்
காலமும் வெளியும் அமைதியாய் இருக்கிறதா
எனக் கேட்டிருக்க வேண்டும் அவர்
எனது மூளை சூரியனுக்குள் இருந்தது
யாரைக் கடத்திச் செல்கிறது வாகனம்
கால்மாட்டில் படுத்திருந்த நாய்களைக்
கண்டதும் உறுதி செய்தேன்
புத்தரின் முகம் ஆதிசங்கரனைப் போன்றிருந்தது
கொஞ்சம் பஞ்சுத்துணுக்குகளை
கையில் எடுத்த சங்கரன் நூலாக்கினான்
நூலைக் கயிறாக்கினான்
அவற்றை நாய்களின் கழுத்தில் பிணைத்து
கைகளில் கொடுத்துவிட்டு மறைந்தான்
கயிற்றைப் பற்றியபடியே விழித்தேன்
வெறுங்கயிறு கையில் இருக்க
சாலையில் ஒரு புத்தனைத் துரத்தியபடி
ஓடிக்கொண்டிருந்தன நாய்கள்

புதிய விசை

✻

யதார்த்தம் பரிசளித்த விருந்தாளி

கதவு தட்டும் ஓசை
கேட்டுத் திறக்கும் முன்னே
உள் நுழைந்து
வரவேற்பறையின் நாற்காலியில் அமர்ந்து
என்னை எனக்கு அறிமுகம் செய்தாய்
யாரென்று கேட்கும் முன்னரே
தேநீர் அளித்தாய்
உன் விலாசம் தெரியாது எனக்கு
நீ யாரென்றும் அறிந்திலேன்
இருளின் நிறமுடுத்தியிருக்கும் நீ
பாவனைகளால்
பிரதிபலித்தாய் என்னை
வியந்து பேசும் முன்னே நான்
வேண்டியது கேட்டு வினவினாய்
பூனைக் குட்டிகளின் நடமாட்டம்
அறையெங்கிலும்
உணவிற்காய் என் விரல்கலை
பூனைகளுக்குக் கொடுத்த வேளையில்
கதவின் சந்துகளுக்கிடையில்
கரைந்தபடி போய்க் கொண்டேயிருந்தாய்
ஓடிவந்து கதவைத் திறக்கு முன்னரே
அனைத்தும் முடிந்துபோனது
விழித்துப் பார்த்தபோது
எதுவுமே நடக்காதபடி
பத்திரமாய் இருந்ததென் வரவேற்பறை
என்
வாசனைகளைத் தாங்கி

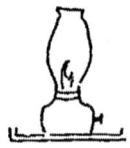

மண்புழுக்கள்

விழுவதும் உன்னதம்தான்
என்றார்கள் மழையைக் காட்டி
பிறகு
மரத்தின் உச்சியைக் காட்டி
உயரச்செல்வதுதான் மேன்மை என்றார்கள்
ஒரு மழைநாளில்
தரை விழுந்து சிதறின நீர்த்துளிகள்
கொட்டியது போக
கிளை உடைந்த மரத்தின் உச்சியில்
சில இளைப்பாறிக் கிடந்தன
விழுந்து தரை சிதறவும்
எழுந்து மேன்மையடையவும்
வார்த்தைகளைப் பழக்கும் நாக்கு
எதையும் தின்ற வழியே புறந்தள்ளும் ஒரு மண்புழு
வெட்டவெட்ட முழுமையடைந்து
தமக்கான வெளியை எடுத்துக்கொள்ளவே
நீண்டுவிடுகின்றன
மண்புழுக்கள்

※

தானாகிய அது

அத்துவான வெளியில்
குடியிருக்குமென்னை
என்ன செய்துவிடப் போகிறது
உன் உச்சமும் நீச்சமும்

வினோதங்களை விளைவிக்கக்கூடிய
விதையைத்
தேடியலைந்தேன்
நிபந்தனைகளுக்குட்பட்டு
பேரத்தைத் துவக்கினோம்
உவர் நிலமாயினும் பரவாயில்லை
நன்னீர் ஊற்றச் சொன்னாய்
விளைவு உடனே தெரியாதென்றாய்
காற்று சற்றுத் தாராளமாய் இருக்கட்டுமென்றாய்

கண் விழித்துப்பார்க்கக்
கூடாதென்றும் கட்டளையிட்டாய்
விற்பனை ஒப்பந்தத்தில் கையெழுத்திட்டோம்
விளைவிக்க வேண்டிய
ஆயத்தங்களோடு புறப்பட்டு
விளைநிலமே
உனதானதறிந்தபின்
விளைவிக்க இடந்தேடி
வினோதங்களை விளைவிக்கும் விதையை
விற்பனை செய்யப் புறப்பட்டேன்
எதுவுமறியாமல்
கூடவே வந்துகொண்டிருக்கிறது

இமை விளிம்பில்
தூக்கத்துக்கு ஏங்குமென
ஒற்றை முடி

❋

மீண்டும் மறந்துபோன உன் பெயர்

கடலின் பேரமைதியைப் புதைத்து
மலரின் நறுமணத்தையும் கூடவே சேர்த்து
பனித்துளியின் ஈரத்தோடு
உலா வருகின்றதென் நினைவு

காற்று இலையைக் கீழே விழச்செய்யும்
கணத்தினூடே சேர்ந்து பிரிந்தோம்
வண்டின் ரீங்காரம்
காதைவிட்டு மறையுமுன்னரே
பேசி முடித்திருந்தோம்

நெருப்பில் மறைந்திருக்கும் ஒளியாய்
மின்னி மறைந்தது அனைத்தும்
பள்ளத்தின் உயரத்திலிருந்து
மலையின் வீழ்ச்சிக்குத்
தள்ளிவிட்டுச் சென்ற வேளையில்
காற்று என்னை மோதிச் சென்றது
உன் பெயரின் உடம்பைச் சொல்லி

கேட்கச் சொன்னவற்றை
மறந்துபோன ஒரு மழை நாளில்
நனைத்துக் கொண்டேயிருந்தன
மரத்தில் உதிராது தங்கிவிட்ட
நேற்றைய பூக்கள்

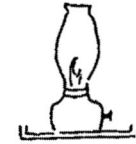

பச்சையாயிருக்கும் சிவப்பு

இருளை இரண்டாய்க் கிழித்து உன்னைப்
போர்த்திச் சென்றேன்
நீ நிறமற்றிருந்த வேளையில்
மற்றொரு நாள்
வெய்யிலைப் போர்த்தும்வரை
கருமையாய் இருந்தாய்

கதிர்பட்ட பொழுதுமுதல் கறுப்பு மாறி
வெண்மை படர்ந்து கொண்டேயிருந்தது
கரும்பச்சை புசிக்கப் பழகினோம்
ஏதோ ஒரு மாலை
நம்மை மஞ்சளாக்கிச் சென்றது

கூடிக்கலந்த வேளையில்
நம்மில் மிஞ்சிக் கிடந்தது சிவப்பு
உதிரம் மாறிமாறி ஒளியாய்ப் பிரவகித்தபோதும்
பச்சையாய்த் தானிருக்கிறது
உனக்கு நீல நிறம் பிடிக்குமென்றாய்
மாறவே முடியாதபடிக்கு
இன்றுவரை நான்

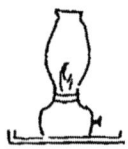

சிதறிய பிம்பம்

தேவையற்றதாய்க் கிடந்தபோதும்
உருவத்தை நினைவுறுத்தும்
என்றோ
நொறுங்கிச் சிதறிய
கண்ணாடித் துண்டுகள்

நிகழ்ந்து கழிந்த
விநாடியினுள்ளும்
ஒளிந்து கிடக்கின்றன
முடிந்து போகாத நிகழ்வுகள்

விளக்கம் தரத் தயாராயின
ஆயிரம் வார்த்தைகள்
புரிந்து கொள்ளப்படாமலே
மொழிபெயர்ப்புக்காகக்
காத்துக் கிடந்தது
பேசித் தீராத மௌனம்

தொலைந்துபோன அறுபட்ட குரல்

வேட்டை நாய்களின்
குரல்கேட்டு ஓடிக்கொண்டு இருக்கிறது
உயிர்ப் பயம் பிடித்தழுத்தும் உடல்
இப்படித்தானிருக்குமென்று
எவரெவரோ கூறியபோதும்
எண்ணிப் பார்க்கவும் துணியாத மனது
நேர்ந்தவர் அவலம் அறிவிக்க
வீதியோரம் வீசும் பய வாசனை
உயிர்க்கிலி பிடித்தலையும்
வீடு வீடாய்
தட்டிக் கேட்கும்
பிச்சைக் குரல்
மீண்டு வருவாரெனக் கதை பல
கேட்டபோதும்
குரலைக் கேட்டுத் திரும்பிப் பார்க்க முடியாத ரணம்
நாளங்களின் நுனியெங்கிலும்
நினைத்துப் பார்க்க முடியாத பயம்
உடலெங்கும் பரவி
நெஞ்சை அடைக்கும் சித்ரவதை
இன்னும் எத்தனைக் காலமோ
அடைபட்ட நத்தையின்
ஓட்டிற்குள்ளும் ஒலியெழுப்பும்
பயத்தின் ஓசை

※

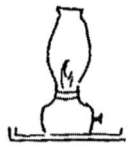

அந்த உப்பில் தோன்றிய இரவு

வார்த்தைகளின் விளிம்பில் வடியும்
மதுவைப் பருகுகையில்
கொப்பளிக்கிறது காமம்

ஒரு
நிலாக்கால இரவின் வெப்பத்தில்
கூடிக்கலந்த வாசனை
இன்னமும் மிஞ்சிக் கிடக்கிறது
வெவ்வேறு சாத்தியம் கொண்ட இரவுகளில்

எதிர்பார்ப்புகளோடு
நீ கூறும்
ஒவ்வொரு சொல்லும்
என்னை அச்சுறுத்துவதாயிருக்கிறது

எத்தனையோ ஆயத்தங்கள் செய்து
ஏதும் நிகழலாமென்ற பயம்
மீண்டுமொருமுறை
கூண்டுக்குள் அடைக்கும்
ஒரு வேனிற்காலப் பொழுதிற்காக
இப்பொழுது
வியர்வையாய்
வழிந்து கொண்டிருக்கிறது
முடிவற்ற சாத்தியங்களைக்கொண்ட இரவுகளில்
வார்த்தைகளின் விளிம்பில் வடியும்
மதுவைப்போல
அந்த உப்பில் தோன்றிய இரவு

❋

கரும்பனையும் ஆலமரமும்

போதிசத்துவரின் வெளியில் வீசியெறியப்பட்டு
மறைத்து வைக்கப்பட்டதை
உண்டு பசியாறினார்கள் இருவரும்.

பிரவாகத்தின் ஆட்கொள்ளலில்
மறுபிறப்பின் நினைப்பின்றியே
மூழ்கிப்போனார்கள்

எழுச்சியும் வீழ்ச்சியும்
சந்தித்த புலத்தில்
உண்டானது அது
கூடவே அமிர்தகலசமும்
பீறிட்டு வந்ததாகக் கேள்வி
அழகும் துன்பமும்
கூடவே வந்தன
அவற்றிற்குத் துணையாய்

வளர்ந்த வேளையில் காற்றைக்கூட
விட்டுவைக்கவில்லை அது
முட்டைகள் பெரிதாகி
பிரபஞ்சம் மறைக்கையில்
ஒருவரை ஒருவர்
பார்க்கக்கூட வழியின்றி
பிரிந்து போயினர்
ஒருவர் கரும்பனையாகவும்
மற்றொருவர் ஆலமரமாகவும்

நேற்றைய விடியலின் இரவு

தூங்கிக் கொண்டிருக்கும் இரவோடு
ஓடிக்களிக்கிறதொரு நிழல்
அரூப வெளியின் நாடிபிடித்து
பார்த்துக்கொண்டிருக்கிறது பயம்
எதுவும் நடக்கலாமென்றபடியே
இங்கும் அங்குமாய் ஓடித் திரியுமதன்
உற்சாகத்தைப் பார்க்கச் சலித்து
மூடிக்கொண்டன இமைகள்

இருட்டின் உள்ளே வெளிச்சம்
எதையும்
அறிமுகம் செய்ய முடியாது
புலம்பித் தவித்தன
தொலைந்துபோன
மொழிச் சப்தங்கள்

இருளை அணைத்தபடி
விடியலுக்காய்
தூங்கிக்கொண்டு இருக்கிறது
தொலைந்து போன
நேற்றைய விடியலின் விடிவு

❋

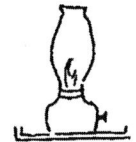

அலைவுறும் கால்கள்

சகதிபடியக் கூடாதென்று
கால்மாற்றி வைக்க
தோளில் இடிபட்டவன்
சில வேளைகளில்
நட்பு பாராட்டிச் செல்ல
வாய்ப்பிருக்கிறது

கேட்கத் துடிக்கும் பாடல்
மீண்டும் இசைக்கப்படலாம்
நமக்காக
வழிநெடுகக் கட்டிய
ஒலிபெருக்கியில்

ஞாபகத்தில் இருந்த
என்றைக்கோ தொலைந்த
என் புகைப்படம்
பழைய புத்தகத்தின்
நைந்த பக்கங்களூடே தென்படலாம்
இன்றைய தோற்றத்தோடு

எத்தனையோ சாத்தியங்களின்
பக்கங்களில்
பதுங்கிக் கிடக்க
மனதுக்குள் ஓடிக்கடக்கும்
கால்களுக்கு இன்றுவரைக்கும் தெரிவதில்லை
அதன் சாத்தியம்

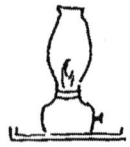

புகைப்படம் பற்றிய மூன்று கவிதைகள்

அ

நெடுநாளாய்த் தொடர்கிறது
புகைப்படம் எடுக்க வேண்டுமென்ற எனது ஆசை

என்னை எனக்கு அடையாளம் காட்டும்
புகைப்படமாய் அது இருக்க வேண்டும்

நாற்காலியின் ஓரத்தில் அமர்ந்து
மெல்லத் தலைசாய்த்து அளவான புன்னகையுடன்
முகவாட்டை பேனாவுடன்கூடிய கை தாங்கிப் பிடித்து
ஒரு கணத்தை முடுக்கி எடுத்துவிட்ட
என் புகைப்படத்தில் ஆச்சரியம்
என்னைத்தவிர அனைத்தும் இருந்தன

ஒளியின் வசீகரிப்பில் நொடியில் பதிவான
அனைத்தும் இப்படி மாறிப் போயிருந்தன
தாங்கிப்பிடித்த கையோடு வேறொருவன்
சாய்ந்து பார்க்கும் முகத்தோடு யாரிவன்
மாறிமாறி இழந்துபோன பின்புலத்தின் நினைவுகளில்
எங்கே என்னுருவம்
நாற்காலியில் அமர்ந்திருக்கும் புதியவனோடு
நிச்சயமாய் நானில்லை அவன்

அடையாள அட்டையில்
நியாயவிலை புத்தகத்தில்
போக்குவரத்து உரிமத்தில்
வங்கிக் கணக்கில் தொலைபேசி விண்ணப்பத்தில்
அப்புகைப்படத்தை எல்லோரும் அப்படியே
ஏற்றுக்கொண்டது குறித்த வியப்பில் இருக்கிறேன்

யாருக்கும் யாரையும் அடையாளம் காட்டாத
புகைப்படத்தைத் தாங்கிக்கொண்டு
திரியும் உலகில் எடுக்கப்பட்டுக் கொண்டிருக்கின்றன
தொடர்ந்து
நானற்ற புகைப்படங்கள்.

※

ஆ

நூல் ஒன்றை என் மூதாதையர்
எனக்காகப் பாதுகாத்து வைத்திருந்தனர்
புகைப்படம் பற்றிய விளக்கங்கள்
பலவற்றைத் தன்னுள் கொண்டிருந்தது அது

இடதை வலதென்றும்
ஒளியை இருளென்றும்
நகலையே நிஜமென்றும்
அது இயம்பிக்கொண்டிருந்தது

ஒரு கணத்தின் உறைவென அசலானவற்றின்
நகலை உண்மைக்கு மறுப்பாய்
அது தீர்மானிக்கும் போது
அனுதினமும் ஒரு நிலைக்கண்ணாடி காட்டும்
சலனத்தின் உயிரசைவற்ற
என் மூதாதையர்களின் புத்தகத்திலிருந்து
என் நகலைப் போன்ற
ஒருவன் இறங்கிச்
சென்று கொண்டிருக்கிறான் தினமும்.

இ

புகைப்படத்தை
ஒளி எழுதிய மொழி என்கிறான் வல்லுநன்

யுத்த காலங்களில் சாம்பல் படிந்துள்ள
பூமி ஒரு நிழற்படமாகிறது

குறைந்த ஒளியில் நிழல் உருவங்கள்
நகர்ந்து அசையும் எதிர்மறைப் பிரதியை
பிரபஞ்சத்தின் இருட்டறையில்
கழுவிக்கொண்டிருப்பவனை
நட்சத்திரங்கள் கண்காணிக்கின்றன

பிரபஞ்சம் தான் படைத்த பொய்யை
ஒரு கணத்தின் நகலாய் அலையவிட்டிருக்கிறது

மனிதர்கள் சிற்றெறும்புகளாய்
அசைவதை
உயரத்தில் இருந்து அவதானிக்கும்போது
முற்றிலும் உறைந்த படிமம்தான்
அன்றாடம் கா லில் கழுவித் தன் பிரதியைக் கைவிட்டு
மேலெழும்பும்
ஆதவன் எடுக்கும் கலைப்படமே
உண்மையில் இப் பூமி
ஒளியே சலனம் அதில் புகைப்படம்
உறைந்த ஒருகணப் பிரபஞ்சம்

✺

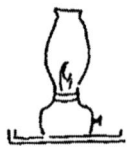

அலுத்துக்கொள்ளும் வெளி

காற்றை ஏமாற்றும் வித்தைதெரிந்த
பலூன்காரனிடம்
இரவலாய்ப்பெற்ற
சில மகிழ்ச்சிகள்
நீர்க்குமிழியின் பிரதிபலிப்பில்
முகம் காட்டும்

வெற்றிடங்களில்
அடைபட்டுக்கொண்டதாய்
அலுத்துக் கொள்ளும்
வெளி

அனைத்தையும் மறைத்தும்
எதையும் மறைக்காமலும் நர்த்தனமாடும்
இயற்கையின் விமர்சனங்களோடு
நிறைவு பெறுகின்றன
மணலை உள்வாங்கும்
நதிவழியில்
வழிப்போக்கனுக்கான
உரையாடல்களாய்
சில குறிப்புகள்

❋

எழுதப்படாத ஒரு கவிதை

மௌனமாய் மூழ்கிக் கிடந்த
சில சொற்களை அள்ளி வெளியே கொட்டினேன்
சூழ்நிலையின் கதி புரியாது
ஆடிக்குதித்த அச்சொற்கள்
எதிரமர்ந்த அனைவரையும் கேலி பேசின
முன்னும் பின்னும் மாற்றி மாற்றி அடுக்கி
வாசித்துப் புரியாமல்
பித்தென்றும் துறவென்றும்
ஊர்கூடிப் பாடினார்கள்
இயங்குவெளியைச் சுற்றியோடிய
அந்த வார்த்தைகளைத் தேடி
புறப்பட்ட எவரையும் காணவில்லை
அவர்களுக்குத் துணையாய்
அழைத்துச் சென்ற என்னையும் சேர்த்து
தர்க்கத்தில் சிக்கிச் சுழன்றுகொண்டே இருக்கிறது
யாராலும் எழுதப்படாத ஒரு கவிதை

மிச்சம்

அனைவரையும் அருந்தியபடியே
அடுத்த வேட்டைக்குத் தயாராகிறது தாகம்
பொழிந்த மழை ஒழிந்தபின்
கூடுதேடி அலையும்
பறவையின் அலகில்
மிஞ்சிக்கிடக்கிறது
அன்றைய உணவின் மிச்சம்

❉

பயன்பாடு

நாளைய பொழுது முழுதும்
போர்வையாய்
விரிக்கப்பட்டிருக்கிறது
ஓடிப் பிடித்து விளையாடவும்
அமர்ந்து உணவருந்தவும்
மடித்து வைத்து அழகு பார்க்கவும்
சாத்தியமாயிருக்கிறது

மண் படிந்த கால்களோடு
அவசர கதியில் நடந்து
கறை ஏற்படுத்துவது பற்றிய
அக்கறையில்லை
இதுவரைக்கும்

ஒரு
பெருவிருந்திற்காய்
இரவல் கொடுத்தாலும்
மகிழ்ச்சியே
ஏதோ
ஒரு சம்பவத்திற்கு
வேனிற்பந்தலாயும்
அது உருமாறக்கூடும்
வெயிலின் குளிரை
மறைக்கக்கூட பயன்படுத்த
வேண்டியிருக்கலாம்

எப்படியாயினும்
யாருக்கும் உதவாமல்
மறைத்து வைக்கக்கூடாதென்ற
ஏக்கம் மட்டும்
மிஞ்சிக் கிடக்கிறது
விரிக்கப்பட்ட போர்வையின்
அடியில் கிடக்கும் சிறு கற்களாய்.

✻

பனிச்சிறகு

நர்த்தனங்களின் பெயரில் புயலையும்
காமத்தின் சாயலில் மழையையும்
விருந்திற்காய்ப் பனியையும்
சிறகுகளில் மறைத்து வைத்துள்ளாய்

பாலைக்கும் சோலைக்கும் இடையே
திசைகெட்டுப் பறக்குமந்த
ஒற்றைச் சிறகின் மினுமினுப்பில்
நிகழ்ந்து கொண்டிருக்கிறதுன் பயணம்

பறந்துமறைந்த உன் ஞாபகமாய்
நீ தவறவிட்டதோ கொடுத்ததோ
சிறகொன்று என்னிடமும் இருக்கிறது

❋

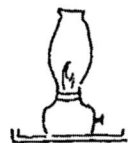

குளிர்காலப்பொழுது

யாருடையது
என் இடையில் கட்டப்பட்டிருக்கும்
இந்தக் கத்தி
யார் போட்டிருக்கக்கூடும்
எனக்குத் தெரியாமலே கழுத்தையிறுக்கும்
இந்த அழகான முடிச்சைப்
புரிந்துகொள்ள முடியாதபடிக்கு
என்னுள் புகுந்து
வெளியேறுகிறது காற்று
குளிர்காலப் பொழுதை
யாருக்கும் தெரியாமல்
களவாடிச் செல்கிறது நிலா
மாடிவெளியில் பரப்பிவைக்கப்பட்ட நட்சத்திரங்கள்
மறைத்து வைத்துக்கொண்டன பகலை
மற்றொரு இரவில் சுவைக்க
புரிதலுக்கும் புரியாமைக்கும்
அப்பால்
மயிர்க்கண் சிலிர்த்த
உடலெங்கும்
நட்சத்திரம்

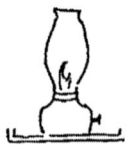

வேட்டையின் காடு

நாள் முழுவதும் தந்திரங்களைத்
தேடியலைகின்றன எனது கைவிரல்கள்
அழைப்பின்குரல் கேட்டவுடன்
பதறுகின்றன

புலிகள் உலவுவதாய் நாய்கள் புலம்புவதும்
நாய்கள் அலைவதாய் புலிகள் உறுமுவதும்
வேட்டையின் காடுகளில் ஒலிக்கும்போது
அதனதன் வளைக்குள் ஒளிந்துகொண்டு பார்க்கின்றன
அறியாமை மினுங்கும் கண்களால்

ஒரே ஒரு தந்திரம்தான்
நேற்றொருவன் கண்ணீர் மல்கினான்
இன்றொரு தந்திரம் என் கத்தியில்
இரத்தமுறைந்துவிட்டது
தந்திரத்தின் நடமாட்டங்களை இன்னும்
எனதறையின் பக்கங்களில் உணர்கிறேன்
இப்போது நான் கைவிட்ட கத்தியோடு
நேரெதிரே ஒருவன்
ஆவேசத்துடன் நின்றுகொண்டிருக்கிறான்
நான் அவனது உணவை
அருந்திக்கொண்டிருக்கிறேன்.

❋

வெளிச்சத்தின் வாசனை

அடையாளம் ஏதுமில்லை
என்பதுபற்றி
என்ன நினைக்கிறீர்கள்

தயவுசெய்து என் குழப்பத்தை விளக்குங்கள்
முதல் நகரத்தில் சந்தித்தவர்தானா நீங்கள்
வேறொரு நகரத்திலும் நீங்கள்தான் இருக்கிறீர்களா

பெயரென்றும் இருப்பிடமென்றும்
நகைப்புத் தோன்ற
நடந்து நெடுந்தூரம் வந்தாயிற்று
கடந்த பாதையில்
அடையாளம் எதையும் உண்டாக்கவில்லை

வெளிச்சத்தின் வாசனையை
நுகர்கிறது நாசி
அதன் சப்தங்களைச் சுவைத்துக்கொண்டுவரும்
என்மீது இரக்கம் கொண்டு
இளஞ்சூட்டில் பொன்னிறமான தேநீரைத் தருகிறான்

என்னை யாரென்று வினவப்போகும் உங்களுக்குப்
பதில் சொல்ல வேண்டிய நிர்ப்பந்தத்தில்
நடுங்குகிறது உடம்பு.

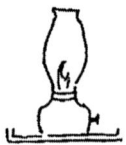

சதுரங்கம்

வெம்மை தணிந்து
குளிரானது பாலை
இருப்பினும்
துளிர்க்க மறுத்தன
வேர்களும் விதைகளும்

எத்தனைதான் போரிட்டு
வென்றபோதும்
ஒருபொழுதும் முடிசூட முடியாதபடி
காவல் செய்த காவலர்கள்
ஒவ்வொரு நகர்வும்
சூழ்நிலையை மாற்றியபடி
மன்றாடிக் கிடக்கும் வெற்றிகளுக்கான
மகுடங்கள்!

எத்தனையோ ராணிகள் ஆயினும்
வெற்றியைத் தீர்மானிக்க
சயனித்தபடி
வெற்றியை ருசிக்கப்
பலி கொடுத்துக் காத்துக் கிடக்குமென்
குருதி குடித்து உயிர்வாழத் துடிக்கும்
அரிதாரம் பூசி முகமறைத்த
அதிகாரம்.

✺

புகை வளைந்த வரைபடம்

அருகிலிருக்கும்போதே அந்நியமாகும்
இடைவெளியை அதிகரிப்பது
என் அசாதாரண கணங்கள் என நினைக்கிறாய்
நீ நீக்கிச் செல்லும் இருப்பு
நறுமணங்களில் வினோதமாய் மீந்துகிடக்கிறது
தவிர்க்க முடியாத கரிப்பின் சுவை
துர்கந்தங்களாய் என் சுவாசிப்பில் மாறுகிறவேளை
முறிந்துகொண்டேயிருக்கின்றன
உன்னால் கைவிடப்பட்ட வார்த்தைகள்
கரும்புகை பரப்பும் சிம்னி
ஒளிகுறைந்து இருள்கிறது
மனச் சுவரின் பக்கங்களில் படிந்த
உனது இருப்பு
புகை வளைந்த வரைபடம்
சிறுவனைப் போல உனது விரலால் அதில்
எனது பெயரை எழுதுகிறேன்.

❄

ததாகதன் கடந்துபோன நிலம்

நிலக் காட்சிகளைப் பார்ப்பதற்காய்
ஒரு மங்கிய நாளின் பிற்பகுதியில்
நகரத்தின் வீதிகளில்
ததாகதரோடு நடந்துகொண்டிருந்தோம்

எதிரே வந்த கூட்டத்திலிருந்த
ஒருவன்
கைநிறையக் கடுகைக் கொணர்ந்து
இறந்து தாங்கிக் கொண்டிருந்தவனை
எழுப்பக்கோர
ஏதேதோ சமாதானங்களோடு
அவர் அவனை வந்த வழியே
அனுப்பி வைத்தார்

ஆனந்தன் அனைத்தையும்
குறிப்பெடுத்துக் கொண்டேயிருக்கிறார்.
உணவின் தேவை இப்பொழுது
அனைவருக்கும் வந்தாயிற்று
மாலைக்குள் இந்த நகரத்தைவிட்டுக் கடந்து
சென்றுவிட வேண்டும்

போதனையில் மயங்கி
என் தங்க மோதிரத்தை நான்
வீசியெறியச் சென்றபோது
தடுத்து நிறுத்திய அவர்
மொழிதெரியாத ஊரின் பேருந்துப்
பயணத்துக்கு உதவக்கூடுமென்று
வேட்டி முனையில் முடியச் சொன்னார்

நதியின் வழியே தொடர்ந்த
நீண்ட பயணத்தின் முடிவான
ஒருநாள் காலை
தானிய வயல்களூடே நடந்த
புத்தரைக் கண்டு சிரித்தன
புதிதாய் மலர்ந்த கடுகுப் பூக்கள்

ஆனந்தன் அனைத்தையும்
குறிப்பெடுத்துக் கொண்டேயிருக்கிறார்.

※

சூதாட்டம்

விரிக்கப்பட்டிருக்கும் சீட்டுக்கட்டுகளில்
மறைத்து வைக்கப்பட்டுள்ளது
அவரவருக்கான ரகசியம்
ஆட்டத்தின் போக்கை
மாற்றக்கூடிய ஒரு சீட்டு
தேவையற்றபோது கோமாளியாக்கி
ஏமாற்றவும் செய்கிறது
வார்த்தைகளைப் போலவே

நாம் சீட்டுகளைத் தொடுக்கிறோம்
புலராத பொழுதுகளாய்
சீட்டுக்கட்டுகளின் அடியிலிருந்து
இருள் பெருகுகிறது
இலகுவாக ஒரு சீட்டு
சேர்ந்துவிடுகிறது ஆட்டம்
கவனப்பிசகாக ஒரு சீட்டு எதிராளியிடம்
நம்மைச் சரணடைய வைக்கிறது

அடுத்த விளையாட்டிற்கு வார்த்தைகளைக் கலைத்துப்போடு
கொடுத்த வார்த்தைகளில் விளையாடுவதுதானே ஆட்டம்
அவரவர் கைகளுக்கு ஆட்டவிதிகள் வசமாகும்போது
அவரவர்களுக்கான பொழுதுகள் விடிகின்றன
ஒருவரை மற்றவர்
வெல்வதற்குத்தான் தோல்விக்காக யாரும் ஆடுவதில்லை
சிலசமயம் கோமாளிகள் கவனப்பிசகினைப் போலவே
கச்சிதமாக ஆடுகிறார்கள்
விதிகளுக்குள் ஆடத்தெரியாதவன்தான் பாவம்
தொடுப்புச் சீட்டிற்கும் எடுப்புச் சீட்டிற்குமிடையே
எப்போதும் அல்லாடுகிறான்

இதில் என்ன ரகசியமிருக்கிறது.

✳

பறவைகள் தீண்டாத காகித விதைகள்

கவிழ்ந்து கிடக்கும் இலையின் அடியில்
மறைந்து கொண்டிருக்கும்
ரகசியத்தை
மண்மூடிக் கிடக்கின்றவற்றோடு
தேடிப் போகிறீர்கள் தினமும்

இசைத்துக் கொண்டிருக்கும்
உங்களுக்கான பாடல் இன்னும்
எட்டவேயில்லை உங்கள்
செவிகளுக்கு

நடுநிசியில் உறக்கமின்றித்
தவிக்கும் உங்களுக்கு ஏதேனும்
தேவைப்படுகிறது துணையாய்

வியர்வை பெருகி அயர்ச்சியுறும் வரையிலும்
தொடர்ந்துகொண்டேயிருக்கிறது
உங்களின் மறுக்கப்பட்ட உழைப்பு

காகிதங்களுக்குள்
மறைந்து பதுங்கிக் கொள்கிறீர்கள்
உங்களை யாரும் காணுமுன்னரே

மழைநாளுக்காய்ப் புதைக்கப்பட்ட
காராமணிகளுக்குள்
மறைந்து கிடக்கிறீர்கள்
ஈரிலை முளைகளாய்

ஒரு பறவையின் அலகு
சீண்டிப்போவது பற்றிய
கவலை ஏதுமில்லை உங்களுக்கு.

❈

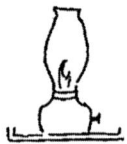

தவளைகள்

பெருவெளியில்
சலனமற்று மிதக்கும்
சில நீர்த் தவளைகள்
புராதனங்களை மூழ்கடித்து
புதுமைகளைத் தரித்திருக்கும்

ஒன்றின் இருப்பில் மற்றொன்றென
மாறிமாறி நீந்திச்செல்ல
பருக முடியாதபடிக்கு
இருளைக் கரைத்தபடி
மின்னிக்கிடக்கின்றன
விண்மீன்கள்

எவரேனும் அவற்றைப்
பொறுக்கி எடுத்துச் செல்லலாம்
யாருக்கும் தெரியாமல்
ஓர் அகால வேளையில்
உணவு சமைக்க

பரிமாறும்வரைக்கும் பொறுமை காத்தவர்
பசியாறியபின்
தூற்றவும் கூடும்
இருளைப் புசிப்பவர்கள்
இன்னும் உயிரோடுதான்
இருக்கிறார்கள் என்று.

❈

பிரிக்க முடியாத தனிமை

தனித்திருக்க முடிவதில்லை
தனியாக யாருமற்ற அறையில்

ஒதுங்கியிருந்த வேளையிலும்
ஒட்டிக் கொள்ளும்
யாருமில்லையென்ற பயமும்
மரணத்தின் பொருள் கூறிச் சென்ற
பல கதைகளும்

தனித்திருக்கையில்
கூடவே இருக்கிறார்கள்
நண்பர்களும் நினைவுகளும்
ஒவ்வொருவருக்கான
காரணங்கள் கூறி
வழியனுப்பித் தாழிட்டு
வந்து அமர்கையில்
மீண்டும் வந்து கை குலுக்கும்
யாருமில்லாத அறைச் சுவர்களில்
ஒட்டிக் கொண்டிருக்கும்
வாசனைகள்

யாருமில்லாத அறையில்கூட
தனித்திருக்க முடிவதில்லை.

கம்பீரமான வீடு

தெருக்கள் என்னை அனுமதிக்காத
விளையாட்டு நாட்களில்
படிப்பறையில் தைக்கப்பட்ட
எனதுடலுக்கு மரச்சன்னல்கள்
பறவைகளையும்
நட்சத்திரங்களையும் பரிசளித்தன

சில கில்லிகளும் கோலிகளும்
வண்ணப்படத் துண்டுகளும் கண்ணாடிப் பட்டைகளும்
முற்றிலுமாக மறுக்கப்பட்ட எனது வீடு
பொட்டலுக்கு எதிராக
கம்பீரமாக நிமிர்ந்திருந்தது

எத்தனை மழைக்காலங்கள்
விலகும் சினேகிதிகளின் வாசனைகள்
தவறுகளுக்கு ஏங்க மிளிரும் கண்கள்
தெருக்களில் இருந்து கண்டத்திற்கும்
கடல் நிலங்களுக்கும் அலுவலக அறைகளுக்கும்
ஓய்வு விடுதிகளுக்கும் சம்பிரதாயங்களுக்கும்
சேவைகளுக்கும் மாறிக்கொண்டேயிருக்கிறது
தொடர்புகள்

தப்பித்துப் போய்விட்டதாகத் தெருத்தோழர்கள்
சிரிக்கிறார்கள்
எனது வீட்டின் இசையில் தனிமை கொள்கிறேன்
பறவைகளும் நட்சத்திரங்களும்
இன்னமும் எனது சன்னலில்
முற்றிலும் பால்யம் அகற்றப்பட்ட எனது வீடு
கம்பீரமாய் இருக்கிறது.

❋

மரப்பாலம்

காட்டுப் பாதையில் இருந்து நான் வந்தபோது
சில குடியிருப்புகளைக் கண்டேன்
வயல்களும் விலங்குகள் பலவும்
அமைதியாய் இருந்தன

பகல் முழுக்க சூரியன் கடந்து போனதும்
நிலவு வந்து அங்கு நின்றிருந்தது
சில பெண்கள் நீராடிக்கொண்டிருந்தனர்
எனது இலையுடை உதிர்ந்து போக
காய்ந்த மிருகக் கொழுப்பு மட்டுமே
என்னிடமிருந்தது

நான் புல்லாங்குழலை வாசித்தேன்
காதலிக்குப் பிடித்தமான பாடல்
அவள் என்னருகே வந்தமர்ந்தாள்
பனிக்காற்று வீசுகிறது
உடல் முகர்ந்து பரவுகிறது குழலோசை
நீர் நிலைகள் கவனம் கொள்கின்றன
பெருமரங்கள் வெட்டப்பட்டிருந்தன
ஆற்றின் குறுக்கே மரப்பாலம்
புற்களைத் தின்னும் மாடுகள்
முகம் தூக்கிப் பார்க்கின்றன

இங்கே எனது வாகனம் நெடுஞ்சாலையில் விரைகிறது
விடுதியிலிருந்து கணினிகளால்
அலுவலகத்தை இயக்குகிறேன்
எப்படிக் கானகம் திரும்ப இயலும்
பழைய புல்லாங்குழல் ஒன்று மிச்சமிருக்கிறது.

❋

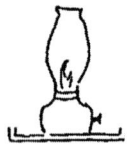

அழைப்பின் விளையாட்டு

காலையின் முதல் அழைப்புமணி
உனதாயிருக்க வேண்டும்
இல்லையெனில்
எனது அந்நாளைய தொலைபேசி அழைப்பு
உன்னிலிருந்து ஆரம்பமாக வேண்டும்

அப்படியொன்றும்
அவசியமாய்ப் பேச வேண்டிய காரியம்
ஏதுமில்லை என்பதை இருவருமறிவோம்

சுமையைத் தாங்கிக்கொண்டே
ஏதேதோ பேசிக்கொண்டிருக்கிறாய்

வரம்பு மீறும் வார்த்தைகளுக்குக்
கண்டனம் நீ சொல்ல
நிறுத்திக்கொள்ளவா எனும் குரலுக்கு
வேண்டாம் தொடருங்கள் என்கிறாய்

அழைப்பேதுமில்லாத நாட்களின்
அடுத்தநாளில் ஏன் அழைக்கவில்லை
எனும் வாதையும்
நிகழ்ந்து கொண்டேயிருக்கிறது
நமக்குள்

தெரிவிக்க முடியாததை விளையாட்டாயும்
விளையாட்டைத் தெரிவிக்க முடியாதபடிக்கும்
உரையாடலில் தொடர்ந்து
உலா வருகிறது நம் குரல்

உரையாடக்கூடிய அவசியமான
காரியம் ஏதுமில்லை யென்றபோதும்
தொலைபேசியின் அழைப்பிற்காய்
உனக்கும் எனக்கும் இடையிலான
வெற்றிடத்தில்
அலைந்து கொண்டேயிருக்கிறது
மனம்
பசியோடிருக்கும் நாயைப்போல.

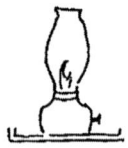

அதிகாலை உறக்கம்

எனது மேசை மீது பரந்து விரையும்
நகர வாகனங்களுக்குள்ளிருந்து
எனது பெயர் சொல்லி அழைத்தது நீயா

பூச்சாடி பெருமரமாகிக் கிளைகள் நீள்கின்றன
தொலைபேசியின் கேள் பகுதியிலிருந்து
இறங்கி என் எதிரில் அமர்ந்திருக்கும்
உன்னால் அலுவலகம்
புறநகர் மைதானமாகிறது.

உனது கனவில் என்னைத் தீண்டும்
உடம்பு உன்னுடையதுதானா
எனது பேனாக் கூட்டிலிருந்து ஏழு வர்ணங்கள்
வானில் வளையும்போது
நீ நிற்பது யார் கனவில்

ஸ்பரிசம் உனது கனவிலென்றால்
பேசு பகுதியில் எனது கேள்விக்குப் பதிலில்லை

யார் அழைத்தது
ஸ்பரிசமா ஒலியா

அதிகாலை மைதானத்தில் எதிர்பார்த்து
நின்றுகொண்டிருக்கிறது
எனது கனவு.

❋

தனிமையின் வீதி

வெட்டப்பட்ட உடலாய் வார்த்தை சிதறிக் கிடக்கும்
என் தனிமையின் வீதியில் இருந்து
உன்னை அழைக்கிறேன்

எழுதுகோலின் நாவசையும்
உதடுகளின்றி
கனக்கும் மொழியைப் பிணமெனச்
சுமந்தலைகிறது காலம்

நீர்ப்பரப்புகள் வறண்டு கிடக்கும்
நிலத்திற்கு
மழை போல் வருவதாகச் சொன்ன
உன்னைக் காணவில்லை

புராதன ஆலயத்திலிருந்து
பள்ளியறைப் பாடல்கள் ஒலிக்கும் போது
கோயிலின் வாசனையைச் சுமந்துவரும்
உன்னைத்தேடிப் பரிதவிக்கிறது எனது
நிகழ்கால வீதி

இதொரு பிறவி போதும்
நீ வந்தால் அணையும் நெருப்பிற்கும்
வராவிடில் அது எழுதும் கவிதைக்கும்.

❋

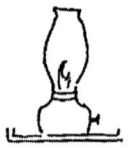

காட்டில் அலையும் குரல்

மறந்து போயிருந்தேன்
உன்னிடம் சொல்வதற்கு
அந்த முத்தத்தின்போது
கடலின் பேரோசைகளை நான் கேட்டேன்

உனது வனத்துள்
காற்றின் பரவசத்தோடு
எனது குரல் ஊடுருவும்போது
பழங்களின் வாசனையோடு
என்னை விலகிச் சென்றாய்

வார்த்தைகளைக் குவித்து நெருப்பிட்டு
குளிர் காய்கிறது எனது பருவம்
ஓரிரு பறவைகள் உன் பெயரைச் சொல்லுகின்றன

இன்னுமொரு ரகசியம்
எனது உதடுகளில் நீ விட்டுச்சென்ற வாக்கியம்
வெவ்வேறு அவயவங்களுக்கு
நகர்ந்துகொண்டிருப்பதை நீ அறியாதிருக்கிறாய்

காய்ந்த சருகுகளின் கீழ்
மரவட்டையாய்ச் சுருண்டு கிடக்கிறதுன் காலம்
காத்திருப்பின் தனிமையில் எனது குரல்
வனமெங்கும் அலைகிறது.

✵

பழைய ஏற்பாடு

பணிவற்றுப் போன உன் இதயத்திலிருந்து
எனக்கான காதல்
ஒரு கட்டளையைப்போல் வந்தடைகிறது
உறுதிமிக்க மழையின் வாசகம்போல்
நான் நிலத்திலிருந்து துளிர்க்கிறேன்

உனக்கான மலரை எனது கிளைகள்
ரகசியமாகப் பூக்கின்றன
துணிவற்றுப்போன உலகத்தின் முன்
சொல் மறந்து பரிதவிக்கிறது நம் நாடகம்
பத்துக் கட்டளைகள்போல்
என் இருப்பைச் சுற்றி வளைத்தது
உன் காதல்
உன் முதல் முத்தமும்

கருத்தற்ற எனது வெற்றிடமும்
நிரப்ப முடியாத ஆதிபாவத்தின் கிண்ணத்தில்
அறிவின் மஞ்சள் ஒளியை நிரப்புகிறது

எல்லாக் கட்டளையின் முன்பும் பணிவற்று
ஒரு நட்சத்திரம்போல்
எனது கிளையில் உனது தேவமலர்

ஆனாலும் போதாதுதான் இந்தப் பழைய ஏற்பாடு.

❄

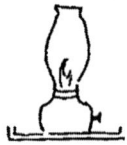

மகர நோன்புப் புலி

தரைகவிழும் முகத்திற்கு இணையாக எழுந்தாடி
சமநிலை பிரியாதிருக்கும் புலி வால்
பிடித்தலைகிறது மனம்

முகம் நிமிர்ந்த பிறகு வால் எதற்கு

தரை தாவிப் பாய்ந்து காற்றில்
நகம் வீசிக் குமுறும் கலைஞன்
குழந்தைகள் பிடிக்கும் தன்பொய் வாலால்
ஆதிக் குரல் நடுங்க அலறுகிறான்

தழும்பற்றுப் போன அவனது வால்
ஒரு பீர்க்கங் கொடியில் காய்த்திருக்கிறது
பனை உச்சியில் கம்பங்கதிர்களைப் போல
பாளையாய்ச் சரிகிறது

வாலில்லாமல் புலி சுமந்தலைவது பரிதாபம்
அரிதாரம் கலைத்த வால் தொட்டு
புலி கற்றுக்கொள்கிறார்கள் குழந்தைகள்
முகம் நிமிர்ந்த புலி உறுமுகிறது
நிலமெங்கும் வால்கள் மகிழ்வுடன் அசைகின்றன

கரும் புள்ளிகளோடு
மஞ்சள் நிற வால் பிடிக்கும் எவரும்
மறைந்திருக்கும் புலியை உசுப்பி விடுகிறார்கள்
பொய் வால் சுமந்தலையும் கலைஞன்
ஒருபோதும் புலியாக முடியாது
இழந்துபோன வால் மட்டும்தான் எப்போதும் புலி.

✵

தாகம்

நிழல்படிவம் இருட்டைத்
தோண்டி
காணப்போவது ஏதுமில்லை
இருந்தபோதும்
ஒவ்வொரு கணமும்
எதையாவது நிழல்களாய்
படியவிட்டுப் போகின்றது

உடலால் நிரப்பப்படாத
யௌவனத்தை
விரலால் தீண்டிப்பார்க்க
மிருதுவாகிறதென் இளமை

தீட்சண்யமிக்க விழிகளில்
பரிமளிக்கிறது நிர்வாணம்
அவிழ்க்கப்படாத முடிச்சுகளால்
மறைக்கப்பட்டிருக்கும்
பெருவெளியில்
நடனமாடியபடியே
உலாவருமென்னை
எப்படி அழைக்கப்போகிறாய்

ஒற்றைக் காகம்
தாகம் தீர்க்க
தடாகம் தேடி அலைகையில்
எப்படி முடியும் அதன் பயணம்
ததாகததனே.

பாசியின் வலிமை

கால் நனைக்க
இறங்கும்வரைக்கும் தெரியவில்லை
பாசியின் வலிமை

உடல்வளைத்து உள்ளே இழுக்கையில்
யாரோ இருவர் தள்ளி விட்டதாய்
அனைத்தும் இழந்து
குரல்வளையில் பயங்கவ்வ விழுந்தேன்

ஒவ்வொருவருக்காகவும் ஒரு வாய் குடிக்க
என்னை எதுவோ குடித்துக்கொண்டிருந்தது

முன்னாள் பருகிய பாலின் வாசனை
உடம்பெங்கிலும்

பிரதிதினம் மிட்டாய் கொடுக்கும்
வயோதிக முகம்
தோன்றிற்று

சொல்ல நினைப்பது
மறக்கத் தொடங்கிய விநாடியில்
பிடித்திழுத்து கரை கிடத்த மீனானேன்
பாசி உடைதரித்த கணத்தில்
கசனின் தேவயானி
என்னை நலம் விசாரித்தாள்.

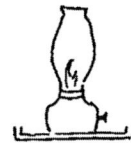

ஒட்டுமொத்தக் கனவு

விழித்திருப்பவன்
உறங்கிக்கொண்டிருக்கும் அனைவருக்குமாக
ஒட்டுமொத்தக் கனவுகாணும்வேளை
கனவில் உறக்கம் வருகிறது

உறங்குபவன் கனவில் இருந்து
விழித்திருப்பவன் பேசுகிறான்
உறக்கத்தை வெறுத்தவனாகவும்
துறந்தவனாகவும்

அவனது உடம்பின் தசைத்திரட்சி வற்றிச் சுருங்குகிறது
எல்லோரும் விழித்திருப்பது மற்றும்
விடியல்கள் அதை உறுதி செய்வது என்ற நியதி
அச்சமூட்டுவதாக
உறங்குபவர்கள் சொல்லுகிறார்கள்

இப்போது விழித்திருப்பவன் கனவில்
நிர்மலமாய் அசந்து உறங்கிக்கொண்டிருப்பவன் யார்
உறங்குபவர்கள் அவன் உடலின் மாமிசத்தை வேண்டி
எதற்காக ஒட்டுமொத்தமாகக் கனவு காண்கிறார்கள்

விழித்திருக்கும்போதே இப்படி நடக்கிறது.

❋

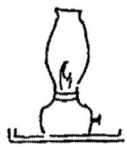

விண்மீன்களை உலர்த்துபவன்

கள்ளத்தோணியில் பயணம் செய்யும்
அடையாளமற்ற
நாடோடியைப் பற்றிய சில குறிப்புக்கள்
என்னிடமுண்டு

அதிகாலையில்
சூரியனைப் பருகியபடி
தனது நாட்களைத் தொடங்கும்
அவனுக்கு இரவு பகல் குறித்த
பேதமிருப்பதில்லை

கொஞ்சம் விண்மீன்களைக்
கைப்பைக்குள் வைத்திருக்கும் அவன்
நள்ளிருளில் அவற்றின் ஈரம்போக
உலர்த்துவதைச்
சிலர் பார்த்திருக்கக்கூடும்

ஓடும் படகில்
அமர்ந்தபடியே மீன்களுக்கு
நீந்தக் கற்றுக் கொடுத்தவன்
இசையால்
கடலை உப்பாக்கினான்

மனிதர்களை வெறுக்கும்
அவன் உதடுகளிலிருந்து
சதா வழிந்துகொண்டிருக்கிறது
ஒட்டுமொத்த
உலகத்துக்குமான பரிவு.

❉

இராஜ விசுவாசம்

வீட்டின் கூட்டிலிருந்து
அலுவலகக் கட்டிடங்களில்
வந்தமரும் புறாக்கள்
கோப்புகளில் அத்தனை வித்தைகளையும் பழகுகின்றன
தேவையான தானியங்களையும்
சில சமயம் புழுக்களையும் பொறுக்கித் தின்றபடி
மாலையில் கால்களில் கோப்புகளைக் கட்டிக்கொண்டு
வீடு திரும்புவது அவற்றின் வழக்கம்

புறாக்கள் இராஜ விசுவாசம் நிரம்பியவை
அதிகாரத்திலிருந்து அமைதியின் குறியீடுகளாக
பறக்க விடப்படும் அவை
நல்லெண்ணத்தின் சின்னமாகவும்
வாயில் தானியக் கதிரைச் சுமக்கின்றன

மாடங்களிலும்
உயர்ந்த தண்ணீர்த் தொட்டிகளின்
அடியிலும் மட்டுமே அடையும் புறாக்கள்
காகித வாழ்க்கைக்குள்ளே
தங்கள் சிறகுகளை உதிர்த்துவிட்டு
இறுதியில் ஓய்ந்துவிடுகின்றன

மனிதருக்கிடையே சகஜமாக உலவுவதாக
பாவனைப்படும் புறாக்கள்
உண்மையில் பரபரப்பும் பதற்றமும் நிறைந்தவை
விசுவாசத்தின் தற்கொலைகளைத் தேக்கியிருக்கும்
அவற்றின் கண்கள்
சிலசமயம் காவி நிறத்திலும் இருக்கும்.

✵

அடையாளம்

நடக்கின்ற சாயலில்
பாட்டனைப் போலும்
பேசுகின்ற சாயலும் உபசரிப்பும்
தாய் மாமன் மாதிரியும்
கோபப்படுதலில் அம்மாவையும்
பரிவாய் இருப்பதில் அப்பாவையும்
ஒருபோதும் என்னை நானாய்
அடையாளம் காட்ட முடியவில்லை

மருத்துவமனை முற்றத்தில்
குறுகுறுத்த விழிகளோடும்
படபடத்த மனதுடனும்
நான்

அலறல் கேட்டு ஓடி
முகம் பார்க்கையில்
அப்பா சாயலென்றனர்
என் இளம் மகவை.

நிகழும் எதிர்பார்ப்பு

இரவெல்லாம் கோப்பு
பார்க்கச் சம்மதித்தபோதும்
அதிக வேலையாட்கள்
அலுவலகத்திலிருந்து வந்துகொண்டிருக்கிறார்கள்
சதா ஒலியெழுப்பிக்கொண்டிருக்கிறது
அயல் வீட்டு நாய்

நேரம் வீணாகிறது
சாலையோரக் கடைக்காரனின்
தேவையற்ற விசாரிப்புகளில்
எரிபொருளைக் குடிக்கும் வாகனச் செலவிற்கு
ஒரு வீடு கட்டிவிடலாம்

நிகழ்ந்துவிடும் எதிர்பார்ப்பில் இருந்து
இடமாறுதல் உத்தரவும் வந்துவிடுகிறது
காலி செய்வது ஒரு இடம்
களை கட்டுவது மற்றொரு இடம்

சராய்களின் விளிம்பில் புழுதிபடிகிறது
காலத்தின் இதயத்தில் மின்விசிறியின் சுழற்சி
மனிதர்களால் மிதக்கும் இந்த நகரத்தின்
சிக்னல்களில் சுவாசிக்கிறது எனது வாகனம்

வளைவிற்குத் திசைகாட்டும் என்
விரல் முனையில் துளிர்க்கிறது
ஒரு பச்சை நிறத் தாவரம்
அவர்கள் கோப்புகளுடன் வந்துகொண்டிருக்கிறார்கள்
போக்குவரத்து விதிகள்
நாய்களைக் கட்டுப்படுத்துவதில்லை.

❋

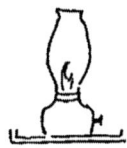

தேநீர்க் கறைகள்

நீங்கள் எனக்கு முக்கியமானவராக
இருக்கிறீர்கள் என்பதாலேயே
அனைத்தையும் முக்கியமானதாக்குகிறீர்கள்

பயன்படுத்திய பேனாவை
கசக்கி எறிந்த காகிதத்தை
மேசையில் விட்டுச்சென்ற தேநீர்க் கறையை
இதற்கிடையே எனது முக்கியத்தை
உங்களுடனேயே எடுத்துச் சென்றுவிட்டிருக்கிறீர்கள்
நீங்கள் திருடிச் சென்றுள்ளீர்கள்
ஒருவேளை
என் தனிமையின் கணங்களுக்காக
இழந்திருக்கக் கூடும் நான்
பேனாவை நண்பருக்கும்
காகிதத்தைக் குப்பைக் கூடைக்கும் ஒப்படைத்து
தேநீர்க் கறையை ஒரு துடைப்பானால் அழித்துவிட்டு
என் மேசை காத்திருக்கிறது
நீங்கள் முக்கியமானவராக இருக்கிறீர்கள்
என்பதாலேயே.

உப்புப் பதுமை

விதியின் வழியில் ஓடும்
ஓர் அகராதியின் வாலைப் பிடித்திழுக்கிறது
எனது அவா

மெல்லிய நறுமணத் திரவியங்களை
அதன் முகத்தில் தெளித்து ஒரு கணம்
முகர்ந்த எனது பழைய அவா
வெளிர் மஞ்சள் திரவத்தைப் பருகி
பொருத்தமற்ற முகபாவத்துடன்
என்னை யாரென்று கேட்டது

அகால மரணத்தின் வாயிலிருந்து
மீண்டெழுந்த வார்த்தைகளை
நான் விழுங்கிக்கொண்டேன் அப்போது

நித்யகல்யாணிப் பூவின் வாசனையா இது
உனது வார்த்தைகளில் ஏன் இத்தனை நறுமணம்
உனக்குப் பரிசளிக்க என்னிடம்
மிச்சம் இருப்பது உப்பின் ருசி என்றதன்
வாக்கியங்களை நான் மஞ்சள் நிறத்
திரவத்தில் நனைத்தபோது
யதேச்சையின் வாயிலிருந்து
மீட்டெடுத்த எனது மொழி
விதியின் வழியில் ஓடும் உப்புக் கடலின்
வாசனையைச் சுமந்தலைய நேர்ந்துவிட்டது

இவ்வாறாகத்தான்
உப்புப் பதுமையாய்
அகராதியின் வாலைப் பிடித்துக்கொண்டு
காற்று வெளியெங்கும் கரைகிறது
எனது உடலின் அவா.

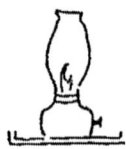

புகார் நகர வீதி

அகராதிகளனைத்தும்
களவாடப்பட்டன
சக்கரவாளக் கோட்டத்தின் வாயிலில்
காவலிருக்கும்
நாளங்காடிப் பூதத்துக்கு
எருதுகளைக் காணிக்கையாக்குகிறான்
அந்த மேனி சிவந்த யவனன்
அவனது நறவின் மிச்சம்
பூத விழிப்பில் மிளிர்கிறது

மணிபல்லவத் தீவிற்கு
வழிகேட்டு நுழைந்த
சமணத் துறவியை மறித்து
கேள்வி எழுப்பின பூதங்களிரண்டும்

துறவி
காசாயத்தை உதறிக் காண்பிக்க
திசையெங்கிலும்
உதிர்ந்து விழுந்தன சொற்கள்
அங்காடி வணிகர்கள்
சிதறியவற்றைச் சேகரித்த வேளையில்
அனைத்தும் உருமாறின முத்துக்களாய்

பொற்கொல்லர்கள்
பரிசோதித்துப் பார்த்துக்கொண்டேயிருக்கிறார்கள்
முத்துக்களுடன் சுழன்றுகொண்டிருந்த பிரபஞ்சங்கள்
ஒட்டுமொத்தமாய்
கண்ணைப் பறிக்கும் ஒளி வெளியை நிரப்பியது

அவரவருக்கான பூமியைத்
தேடிக்கொண்டிருக்கின்றனர்
ஒவ்வொருவரும்

வீதிக் காவலர்கள்
தீபங்களேந்தி
அங்காடித் தெருக்களைச் சுற்றி வருகின்றனர்

மார்கழியின் பனியைப் போக்கி
மணவாளர்களுக்காய் பாடியபடியே
வந்துகொண்டிருக்கிறது யுவதியர் கூட்டம்

பாடலின் வரிகள்
அனைத்துப் பொருட்கள் மீதும்
பட்டு ஒலி எழுப்புகின்றன
ஆனைச் சாத்தான்களின்
கீச்சரவம் அச்சந்தருவதாயிருக்கிறது

சமணத் துறவிக்குப்
பதலளிக்க முடியாமல்
விழிபிதுங்கி நடுங்கிக் கொண்டிருக்கின்ற
நாளங்காடிப் பூதங்கள்
சக்கரவாளக் கோட்டத்தின்
வாயிலை மூட

துறவியின் குரல் ஒலித்துக்கொண்டேயிருக்கிறது
அடைத்த கதவின் இடுக்குகளில்
கசிந்துகொண்டிருக்கின்றன
காமமெனக் காலமும்
மற்றும் சில பிரதிகளும்

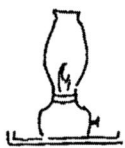

மண்ணுலகு

நட்சத்திரக் குறியினுள் மறைந்துகொண்டிருக்கும்
நிபந்தனைக்குட்பட்டபடி
காத்துக் கிடக்கிறது உங்களுக்கான உல்லாச ஊர்தி

ஒரு ரூபாயில்
வீடு தேடிவந்து குடித்தனம் நடத்த
கரிசனம் கொள்கிறது கணினி வலைப் பின்னல்

சொந்தவீடா கனவு காணும் முன்னே
வாசலைத் தட்டுகின்றன வங்கிகள்

மனைவியோடு வெளிச் செல்கையில்
கழுத்துப் பட்டியணிந்தவன்
பெயர் தெரியாத ஒன்றை வாங்கும்படி
இருவரையும் பதற்றமடைய வைக்கிறான்

சாலைகள் வாகனத்திற்கு மட்டுமேயென
நம்பும் கனவான்
குறுக்காக நடந்த வயோதிகரை முட்டித்தள்ள
அவர் முகத்தில் தெளிக்கப்படுகிறது
புதிதாக வந்திறங்கிய கொக்கோ கோலா

வளைத்துப் போடப்பட்ட வேலிச் சுவர்களில்
மூன்றாம் உலக நாடுகளுக்கு ஆதரவான எதிரான
சுவரெழுத்து விளம்பரங்கள்

நாயைத் துணைக்கழைத்து
நடைபழகும் நுனிநாக்கு ஆசாமி

சூடிக்கொடுத்த மாலையாய்
அலைபேசியைக் கழுத்தில் அணிந்துபோகும் யுவதி

தரையெங்கும் குச்சி தட்டி நியாயம் கேட்பது போல
வழி தடுமாறிச் செல்லும் குருடர்

இவற்றுக்கிடையே காலிறக்காமல்
பைக்கில் அமர்ந்தபடி சிகரெட் புகைக்கும்
இளைஞனை வேடிக்கை பார்த்தபடி
விரைந்துகொண்டிருக்கிறது
இருபத்தி யோராம் நூற்றாண்டு.

❋

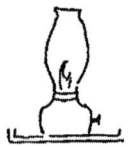

ஸ்பரிசத்தின் புனைவு

ஏதோவொரு அதிகாலை
தூக்கத்திலிருந்து வரும் நீ
என்னைப் பெயர் சொல்லி அழைக்கக்கூடும்

இருப்பைத் தெரிவித்துக்கொள்ள
துளிர்க்கும் பூங்கொத்துகளை
மேசை மீது வைத்து
காற்று வெளியில் எனது பெயரை
அடுக்கியடுக்கிக் கலைக்கும்
உனது குரலால்
எனது அந்தரங்கம் திசை தடுமாறுகிறது

தொலை தூரத்திலிருந்து
என் ஸ்பரிசத்தின் புனைவை இயக்குகிறாய்

உறங்கும் உடம்புகளின் பெயரால்
பகலின் பாசாங்கைத் துவக்குகிறது இந்த பூமி

உனது பெயர் சூட்டிய அதிகாலையில்
இருந்து எழுந்து வருகிறேன்
பொதுவெளியில் என் அபிநயம்
சதிர் நடனத்தைப் போலிருக்கிறது

ஏழு கடல் ஏழு மலை தாண்டி
இன்னுமந்தச் சின்னஞ்சிறு குகையில்
என் ஸ்பரிசத்தின் கிளியுடல் பெருந்துயரில்
உறங்கிக் கிடக்கிறது.

❋

பூமியின் பெருமூச்சு

எனது பெருங்காமத்தின்
உடல்வெளியென விரிந்து கிடக்கிறதுன் வனம்

குறு விலங்குகளென எனது புலன்கள் ஓடி
அடைக்கலமாகின்றன
அதன் புதர் மண்டுகளில்

நமது ஆலிங்கனத்தின் தத்துவத்தை
எத்தனையாவது முத்தம் தகவமைத்தது

அத்தனை மரங்களும் இலைகளை உதிர்த்துவிட்டன

காத்திருக்கவும் பூட்டப்படவும்
திறந்து வைக்கவுமான
உடலை வீடென்றவனின்
வியாக்யானத்தில்
நமது உச்சத்தின் வெறியொலி
அமிழ்ந்ததை
நீ வயலின் இசை என்கிறாய்
நான் பூமியின் பெருமூச்சு என்கிறேன்

உன் தேகநதியில் துடிக்கும் மீனான
என்னை உன் எதிரியென்றும்
உன்னை என் தாயென்றும்
வர்ணிக்கிறது இவ்வுலகம்.

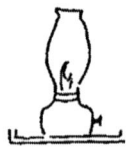

ஈரிலைத் தாவரங்கள்

நமது காதலின் பச்சையம்
பரவும் வீட்டறை ஒரு வனமாகிறது
சிலசமயம் விலங்குகளின் சீற்றம்
மலர்கள் பூக்கும் அகாலத்தில்
ஊடலின் பொறி பட்டு
தீய்ந்த காமம்
வரவேற்பறைகளைத் தாண்டி
உள்ளறையில் தேம்பி ஒடுங்கும்
நமது பாத அரவங்களின்
உள்வெளி இருப்புகள் மௌனமாகத்
தவிப்புகள் கூடிக்கலக்கும்
புதிர்க் கணங்களின் நகையொலி கேட்டு
குறுவிலங்கு ஒன்று குதூகலித்து அறைநிரப்பும்
ஆசையுடன் கொஞ்சி மகிழ்வது நீயா நானா
பசலையின் விளிம்பிலிருந்து கேட்கிறேன்
மேனியின் ஈரிலைத் தாவரபந்தம்
வனவாசிகளுக்குக் கானகத்தில் என்றால்
வார்த்தை பழகிய நமக்கு எந்தப் புதர்மறைவில்
ஊடலுக்குள் இருக்கிறது ஓராயிரம் வகைமை
பச்சையம் என்றாலே துளிர்த்தபடியே
இருப்பதுதான்.

✵

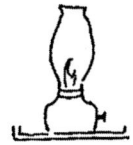

யாத்ரீகவனம்

ஒரு முகம்தெரியாத யாத்ரீகனுக்கு
இடமளித்துத் தொடர்ந்த பயணத்தில்
நிகழ்த்த வேண்டுமென்பதற்காக
எதையோ நிகழ்த்திவிட்டுச் சென்ற
வேளையில்
கானல் வரிகளில் முகம்தேடி
அலைகிற ஒவ்வொரு சுவட்டிலும்
மாறாமல் இருக்கிறது உடம்பின் மணம்
அறுந்து தொங்கிக்கொண்டிருப்பவை
எப்பொழுதும் இணையாமலே
அதனதன் தொடர்பை வெளிப்படுத்தும்
காற்றின் உரசலில்
அரவமற்ற பெருவெளியில் வாடிக்கையாய்த்
தொடருமொரு பயணத்தில்
நானும் ஒருநாள் மாறிப்
போவேன்
முகம்தெரியாத யாத்ரீகனாய்
தன்மை முன்னிலை படர்க்கை
உறவுகளுக்கு அப்பால்